# MÀU MẮT

TỪ NIỆM

*thơ*
# MÀU
# MẮT

Lotus Media
2024

## MÀU MẮT
Thơ TỪ NIỆM

Bìa và trình bày: Lotus Media Group
Lotus Media xuất bản 2024

ISBN: 979-8-8693-9703-4
Copyright © by Tu Niem and Lotus Media 2024

# Mục lục

| | |
|---|---|
| GIỚI THIỆU THƠ TỪ NIỆM | 11 |
| MÀU MẮT | 15 |
| TÌNH QUÊ | 16 |
| RU ĐÊM | 17 |
| SAṂSĀRA | 18 |
| TRÀ VÀ TRĂNG | 20 |
| VÔ NGÔN | 21 |
| VƯỢT BIỂN RONG CHƠI | 22 |
| THIÊN ĐÀNG và XIỀNG XÍCH | 23 |
| NỐT VÀNG TRÔI | 24 |
| MỘNG THĂNG TRẦM | 25 |
| MƯA RỪNG | 26 |
| NGHE NHƯ LỜI PHẬT | 27 |
| GHẾ | 28 |
| PHẬT CƯỜI | 29 |
| MƯA BAY CỐ QUẬN | 30 |
| THỰC TẠI | 31 |

| | |
|---|---|
| NẮNG NGHIÊNG | 32 |
| XƯA | 33 |
| NHỊ NGUYÊN | 34 |
| BỐN MÙA | 35 |
| BỨC TRANH ĐỜI | 36 |
| PHỦI TAY | 37 |
| MỘNG BÊN SUỐI | 38 |
| CHIM và NGƯỜI | 39 |
| GIỮA SA MẠC | 40 |
| LANG THANG | 41 |
| RÊU PHONG | 42 |
| NGHIỆP | 43 |
| CHUYỆN THỜI GIAN | 44 |
| MƯỜI NĂM THẦY ĐI | 45 |
| MỘ HOA | 46 |
| CHUÔNG CHIỀU | 47 |
| NẮNG, TÔI và TRÀ | 48 |
| GÀ RỪNG GÁY | 49 |
| HOA XƯƠNG RỒNG LÀNG AN LỘC | 50 |
| BÊN THỀM NHỊ NGUYÊN | 52 |
| TRĂNG CHICAGO | 53 |
| VỀ ĐÂU CUBA | 54 |
| CUỐI NẺO MÂY CHAO | 56 |

| | |
|---|---|
| PESOS | 57 |
| MÂY VIỄN XỨ | 58 |
| CHẬP CHÙNG | 59 |
| LÝ TƯỞNG PHƯỜNG SÂU KIẾN | 61 |
| BỀNH BỒNG | 63 |
| CHIỀU XUÂN | 64 |
| MAI VÀNG RŨ CÁNH | 65 |
| NỢ TRẦN THẾ | 67 |
| THÁNG GIÊNG SÀI GÒN | 68 |
| RONG CHƠI | 69 |
| THẾ THÔI | 70 |
| ĐÈN TẮT | 71 |
| SÓNG | 73 |
| RU GIẤC NGỦ | 74 |
| GHỀNH VẮNG | 76 |
| RU MÌNH | 77 |
| VÔ ĐỀ | 78 |
| CHỜ | 79 |
| LỜI CHIÊM BAO | 80 |
| NHƯ RỨA | 81 |
| MẸ | 82 |
| DƯỚI CÀNH CHỔI KHÔ | 83 |
| NẰM NGHE THÔNG HÁT | 84 |

| | |
|---|---|
| ĐÊM | 86 |
| BỨC TRANH | 87 |
| NGOẠI Ô | 90 |
| HUYNH ĐỆ | 91 |
| RƠI | 92 |
| BỎ LẠI | 93 |
| VẪN CÒN CHIÊM BAO | 94 |
| HOANG TÀN | 96 |
| CHỞ | 97 |
| SUY TƯ | 98 |
| ĐÊM DÕI THEO EM | 99 |
| SAU BÃO LŨ | 100 |
| KỶ VẬT | 101 |
| CÕNG ĐƯA NHAU VỀ | 102 |
| BÁN | 103 |
| TÌNH | 104 |
| CHARLIE | 105 |
| MẮT QUÊ HƯƠNG | 106 |
| GIÃ BIỆT | 107 |
| GÓC TÔI | 108 |
| NỢ | 109 |
| MƯA THƠM | 111 |
| GÓC PHỐ | 112 |

| | |
|---|---|
| NGỒI | 113 |
| KUPPLEI | 114 |
| HỘI NGỘ | 115 |
| VẪN NHƯ THẾ | 116 |
| NHÌN NHAU | 117 |
| RU MÌNH | 120 |
| SÀI GÒN BUỒN | 121 |
| RƯNG RƯNG | 123 |
| RU EM | 125 |
| MÙA DỊCH | 127 |
| TỰ KỶ | 128 |
| XIN CHÚT LƯƠNG TRI | 129 |
| NHÓM LỬA | 130 |
| BÀN TAY | 131 |
| SƯỞI | 133 |
| SAY | 134 |
| BIỂN HỒ | 135 |
| TA ĐI ĐÂY | 136 |
| CÚI MẶT | 137 |
| HUYỄN | 139 |
| CƯỜI | 140 |
| TƯỢNG | 141 |
| TUYẾT RONG CHƠI | 142 |

| | |
|---|---|
| SÀI GÒN | 143 |
| GÓC VƯỜN | 146 |
| THƯỢNG PHAN | 147 |
| QUÁN NHỎ BÊN ĐỜI | 149 |
| GÁC TRỌ | 152 |
| LẶNG | 153 |
| NẮNG TẮT | 154 |
| RỤNG | 155 |
| NGƯỜI ĐI | 156 |
| HIU HẮT RỪNG HOANG | 158 |
| CHỪ | 159 |
| NGƯỜI SẼ VỀ NHƯ NẮNG | 160 |
| CHÙA QUÊ | 163 |
| GIƯỜNG | 164 |
| LOAY HOAY | 165 |
| KHÓI QUÊ HƯƠNG | 166 |
| TRÀ KANAGAWA | 167 |
| VỀ ĐÂU | 168 |
| VẾT SẸO | 169 |
| MỘT MÌNH | 170 |

# Giới thiệu thơ Từ Niệm

Thơ là gì? Thơ là sự rung cảm đa chiều và điệp khúc rung lên từ muôn trùng sự sống; là âm vang giun dế nỉ non giữa những đêm dài cô tịch; là tiếng khóc cười chập chùng đuổi bắt của kiếp người giữa thất bại và thành công một cách đầy trớ trêu nơi trần thế bọt bèo lau sậy; là tiếng cười quái dị giữa những dung dị đời thường; là những cảm xúc chối từ bụi bặm, nuốt sạch trăng sao giữa cõi vô cùng; xóa sạch mọi âm ngôn nơi cõi tâm trùng trùng ý niệm.

Đọc tập thơ **Màu Mắt** của Từ Niệm, ta thấy chàng thơ có quá nhiều cảm xúc trước muôn ngàn nhịp sống của chính mình và tha nhân. Màu của mắt không phải chỉ là xanh vàng đỏ trắng mà thời gian cũng là màu của mắt. Màu thời gian đọng lại trong mắt ai sâu hun hút, kết thành những hạt kim cương óng ánh bất hoại giữa vạn trùng biến thiên sinh diệt; màu thời gian đọng lại kết thành nải chuối buồng cau, luống cải, vườn cà, nương khoai của mẹ; màu lúa chín thơm của cha; *"màu sim tím chiều hoang"* của người em bé nhỏ; hay màu thời gian đọng lên trên những xác người băng qua sa mạc sinh tử quạnh hiu; hay màu thời gian đọng lại trên chiếc lá vàng và đong đưa theo gió.

Nên, trong tập thơ này, có bao nhiêu bài đều là Màu Mắt. Tình quê, Ru đêm, Samsara, Trà và trăng… tất cả đều là Màu Mắt. Màu đời là Màu mắt: *"lang thang sáu nẻo màu đời lên meo"*; màu xưa cũng là Màu mắt: *"Vẽ ảo tưởng treo tường, ngồi nâng niu màu xưa, hả hê rằng thực tại, ô, sân ngoài đang mưa!"*. Đại dương cũng là Màu mắt. Màu mắt của anh: *"Đại dương trong mắt anh, thênh thanh chiều nhạt nắng, ngồi kể chuyện thời gian, nghiêng đồi chè gió thoảng"*. Phải và trái cũng là màu của mắt: *"Trái bảo cuộc sống khổ đau, vì nhân gian cho màu nhuốm đen; Phải thì rảo bước nhẹ tênh; Vân du mây khói bềnh bồng mắt em"*. Chập chùng: *"Con đò cũ; bến bờ xưa; ai đã sang; ai chưa tới; lưng khóe mắt, bóng mênh mang"*. Chiều xuân cũng là màu của mắt: *"Đôi lần hóa hạt sương rơi, lạc vào khóe mắt viết lời chiều xuân"*…

Đối với chàng thơ này, mọi cách nhìn, mọi rung cảm, mọi ngôn ngữ biểu đạt đều là Màu Mắt.

Ai có duyên thơ với Từ Niệm, xin hãy bước vào cõi thơ Màu Mắt, đọc và thưởng thức theo từng cách riêng của chính mình, để cảm nhận thơ là gì, trong Màu Mắt của mỗi người.

Chùa Phước duyên-Huế,
ngày 22/5/2024
**Thích Thái Hòa**

# MÀU MẮT

Rêu thời gian
Xác lá vàng
Quyện mắt em
Màu thênh thang.

• 2.1.2018

TỪ NIỆM

# TÌNH QUÊ

Quê nghèo tôi nhớ quê nghèo

Tranh tre vách lá con mèo ngủ trưa

Bên sông vọng tiếng mẹ đưa

Ầu ơ con ngủ lúc vừa chín cơm

Tình quê sưởi ấm mùa đông

Những làn khói trắng mẹ đun bao chiều

Em đi quê vẫn xanh rêu

Trong tôi sợi nhớ ai khêu thêm dài!.

• 12.1.2018

MÀU MẮT

# RU ĐÊM

Quỳ xuống đó nhìn trăng sao sụp đổ
Kiến đen bò, muỗi, giun dế reo ca
Lời điên đảo ru đêm khuya điên đảo
Cỏ xanh mềm tịch mịch hứng sương sa.

• 14.8.2018

TỪ NIỆM

# SAMSĀRA

Mưa rơi từng sợi nhỏ
Dệt mộng Phương Ngoại Am
Giữa vườn khuya tịch mịch
Đời trôi qua âm thầm

Hơi thở vào, thở ra
Tuổi xanh thoáng chốc già
Tay gầy mây trắng ngự
Ảo ảnh vừa đơm hoa

# MÀU MẮT

Nghiêng xuân hạ thu đông
Trăng sáng saṃsāra
Em nâng niu bóng tối
Sóng mộng mị bờ xa

Bên hiên cỏ em ngồi
Nghe ễnh ương gọi nhau
Chỉ khoảnh khắc trầm mặc
Tất cả như trăng sao.

• 30.10.2018

TỪ NIỆM

# TRÀ VÀ TRĂNG

Đây vầng trăng phố núi
Em vừa gởi tặng tôi
Phương Ngoại Am cổ kính
Uống trà ngắm trăng chơi.

• Huế, 26.10.2018

MÀU MẮT

# VÔ NGÔN

Thả hơi thở xuống suối nghe chim hót
Ôm đất trời ngắm mây nắng bao la
Vô ngôn ý dệt mênh mang cõi mộng
Quá khứ về rêu hiện tại nở hoa.

• Sài gòn, 1. 11. 2018

TỪ NIỆM

# VƯỢT BIỂN RONG CHƠI

Từng mảnh quá khứ rơi
Xuống Ấn Độ Dương xanh,
Em gom kết thành mây trắng
Vắt tương lai vào ảo vọng chông chênh.
Anh ngồi đây
Giữa bao nắng gió
Nghe hiện tại rì rào tiếng người quanh mình
chưa hiểu
Trắng - đen - vàng - nâu mầu nhiệm,
Chiếu lên mắt sâu cô độc thiên tài,
Vượt biển rong chơi.

• Tanzania - Zanzibar, 4.12.2018

MÀU MẮT

# THIÊN ĐÀNG
# và XIỀNG XÍCH

Nhìn quá khứ nỗi buồn dâng khoé mắt

Thiên đàng ơi sao xiềng xích giấc mơ

Loang nắng đổ bước lang thang mây gió

Âm ba xưa màu máu lệ hai bờ.

• Tanzania - Zanzibar, 4.12.2018

TƯỞNG NIỆM

# NỐT VÀNG TRÔI

Đi về đâu hỡi em

Biển Châu Phi rực nắng

Nốt vàng bềnh bồng trôi

Từ huyệt sâu đen trắng!

• Tanzania - Zanzibar, 5.12.2018

MÀU MẮT

# MỘNG THĂNG TRẦM

Tiếng chổi khua ngoài hiên vàng xào xạc
Sáng xứ người trà đậm kể chuyện xưa
Phật từ bi tháng năm cười gió lộng
Mộng thăng trầm tựa mây trắng trôi qua.

• Tanzania - Dar es salaam, 6.12.2018

TỪ NIỆM

# MƯA RỪNG

Mưa rừng về phủ đồi nghiêng
Giấc mơ sư tử bên hiên ngỡ ngàng
Ráng hồng, gió lạnh, mây giăng
Co ro trời đất thênh thang ngôn từ.

• Kenya - Maili Saba, 11.12.2018

MÀU MẮT

# NGHE NHƯ LỜI PHẬT

Gót mòn nương gió rong chơi

Người ngồi tĩnh tọa bên đồi nắng lên

Manyara sương sớm qua thềm

Nghe như lời Phật trôi trên phận người

Lang thang núi, ngắm trùng khơi

Phi Châu hoang dã tận nơi thị thành

Mắt buồn góc cửa mang mang

Thiên đàng mất dấu nấc thang nửa vời.

• Tanzania - Manyara, 9.12.2018

TỪ NIỆM

# GHẾ

Ghế nâng ta lên cao
Ghế lùa ta hố sâu
Chỉ ngọn đèn đứng đó
Nhìn cuộc thế lao xao.

• Kenya - Nairobi, 13.12.2018

MÀU MẮT

# PHẬT CƯỜI

Chong đèn ngồi đếm chữ chơi

Lao xao cuộc mộng trên đồi mây giăng

Trăm năm cũ, phố hoang tàn

Nghiêng đầu trăng sáng Phật an nhiên cười.

• Kenya - Nairobi, 14.12.2018

TỪ NIỆM

# MƯA BAY CỐ QUẬN

Ta trở về lúc cố quận mưa bay
Đường trơn ướt và rêu xanh tường cũ
Bên trà nóng ngồi nghe đất trời chuyển
Nghiêng góc đời cơn mộng vẫn đang quay.

• 16.12.2018

MÀU MẮT

# THỰC TẠI

Vẽ ảo tưởng treo tường
Ngồi nâng niu màu xưa
Hả hê rằng thực tại
Ồ, sân ngoài đang mưa!

• 24.12. 2018

TỪ NIỆM

# NẮNG NGHIÊNG

Đây nước đất trời ta uống chung
Mai kia xuôi ngược có đôi dòng
Vẫn nhớ rừng xanh cây lá cũ
Nắng nghiêng ôm suối mộng mênh mông.

• Suối Già, 11.1.2019

MÀU MẮT

# XƯA

Cá dạo trên bờ
Người bơi dưới nước
Chuyện xưa vẫn mới
Mắt phủ sương mờ.

• 14. 1. 2019

TỪ NIỆM

# NHỊ NGUYÊN

Lí ngư ôm đời vào lối đạo
Nhị nguyên là con sóng lao xao
Biển vẫn hát nghiêng nghe thiên biến
Mây qua đồi cười rụng trăng sao.

• 14.1.2019

MÀU MẮT

# BỐN MÙA

Xuân hạ thu đông,
Bốn mùa như bánh xe lăn trên phận người
Nỗi vui niềm buồn,
Hoá mây đỉnh đồi
      ru giấc ngủ em tôi
Bồng bềnh bồng bềnh,
Trôi từ huyệt mộ
      rơi vương qua phận mình.

• 30.01.2019

TỪ NIỆM

# BỨC TRANH ĐỜI

Người bước qua đời

Âm dung để lại

Cùng mưa nắng quái

Vẽ tranh ru đời.

• 17.2.2019

MÀU MẮT

# PHỦI TAY

Giữa tàn cuộc phủi tay rời phố cũ
Mắt đủ mờ, tai điếc, bước chân run
Trí lẩn thẩn nhìn nhau cười bỡ ngỡ
Nghiêng bóng chiều, ồ! sông núi rưng rưng!

• Sài gòn, 22.2.2019

TỪ NIỆM

# MỘNG BÊN SUỐI

Từ núi biếc lời thiên thu vẫy gọi
Chim lưng đồi hót từng nốt không tên
Gió lãng du qua mấy độ trăng ghềnh
Ru cuộc lữ rạt rào xanh suối mộng.

• 07. 03. 2019

MÀU MẮT

# CHIM và NGƯỜI

Chim gọi bạn đêm
Nghe như lời mộng
Người nói chuyện người
Rụng cả Nam sơn.

• 23.3.2019

TỪ NIỆM

# GIỮA SA MẠC

Giữa sa mạc sao trăng dần rơi rụng
Người vẫn ngồi đếm từng hạt hừng đông
Từng hơi thở men từng con sóng bạc
Vắt qua đời giờ tóc trắng mênh mông.

• 1.4.2019

MÀU MẮT

# LANG THANG

Gió lãng tử chiều rong chơi sóng nước
Con đò xưa cứ chòng chành chiêm bao
Vầng nhật nguyệt hôm qua còn lãng đãng
Sá chi bèo cứ ngại sóng nhấp nhô.

• 16.5. 2019

TỪ NIỆM

# RÊU PHONG

Cỏ đá rêu phong lên từng nỗi nhớ
Lương Sơn tuyền một thuở mộng hoang sơ
Ven lối cũ xuôi về rừng suối ngược
Nghiêng dốc đời pha giọt đắng làm thơ.

• Lương Sơn Tuyền, 17.5.2019

MÀU MẮT

# NGHIỆP

Thị phi hai ngả song hành
Qua cầu bỏ mặc trời xanh lại người
Đồi cao biển rộng rong chơi
Lang thang sáu nẻo màu đời lên meo.

• Thai Dương Hạ, 9.6.2019

TỪ NIỆM

# CHUYỆN THỜI GIAN

Đại dương trong mắt anh
Thênh thang chiều nhạt nắng
Ngồi kể chuyện thời gian
Nghiêng đôi chè gió thoảng.

Người đi nhặt thời gian
Về xây lâu đài cổ
Người ở lâu đài cổ
Mơ giấc mộng đi hoang.

• Phước Quang Sơn, 5. 7. 2019

MÀU MẮT

# MƯỜI NĂM THẦY ĐI

Cánh thời gian
chở Thầy đi mười năm biền biệt
Chốn quê nhà
sương khói phủ sớm hôm
Vẫn con đường đất đỏ,
      rừng thông xanh và khe suối chảy

Lặng nhìn nỗi nhớ quanh quẩn hồ bồng bềnh,
           bồng bềnh trôi.

• 19.7.2019

TỪ NIỆM

# MỘ HOA

Mộ hoa tím Phương Ngoại
Nghiêng góc nhỏ lều tranh
Lặng nghe ễnh ương hát
Ngồi soi đêm, canh tàn.

• 6.8.2019

MÀU MẮT

# CHUÔNG CHIỀU

Chiều lên thượng nguồn
Ngắm thu mênh mông
Chuông chùa lãng đãng
Quyện khói sông Hương.

• 25.8.2019

TỪ NIỆM

# NẮNG, TÔI và TRÀ

Nắng đi từng bước âm thầm
Ngang nhà nghệ sỹ càm ràm mỏi chân
Nhìn ông tôi biết ông cần
Vài tách trà đậm chớ ngần ngại chi!
Mời ông ngồi xuống chỗ ni
Cùng nghe thiên cổ thầm thì khói bay
Ô hay! Cõi mộng sáng nay
Rơi vào vườn cỏ vờn cay mắt người.

• 27.8.2019

MÀU MẮT

# GÀ RỪNG GÁY

Gió sớm qua hiên
Vườn quê lá rụng
Gà rừng gáy sáng
Lay giấc mơ tiên.

• Phương Ngoại Am, 4.9.2019

TỪ NIỆM

# HOA XƯƠNG RỒNG LÀNG AN LỘC

Cây hoa xương rồng dưới làng An Lộc Hawaii của tôi, nó chỉ cần gió biển, cần có cát nóng, cái nắng quái của miền thuỳ dương để khoe sắc. Những sự khen chê quy ước dường như không chạm đến sự tinh khiết của nó.

## MÀU MẮT

Và tôi, tôi chỉ cần không gian Phật, cần gió Pháp vi vu, và cát nóng, nắng quái của Tăng, của thiện hữu để nuôi tôi trưởng thành. Chỉ cần như thế là đủ diễm phúc của kiếp người.

Sáng nay, trong không gian tịch mịch miền quê được phủ đầy tiếng Phật, tôi đảnh lễ Hồng Danh, lòng tri ân đến từng viên gạch khi đầu chạm đất và mong tất cả an vui, vững vàng trên lộ trình mây bay của mình.

• 7.9.2019

TỪ NIỆM

# BÊN THỀM NHỊ NGUYÊN

Hai chân trên một thân người

Chỉ vì trái – phải mà đời khác nhau

Trái bảo cuộc sống khổ đau

Vì nhân gian ghép cho màu nhuốm đen

Phải thì rảo bước nhẹ tênh

Vân du mây khói bồng bềnh mắt em

Vườn sau nắng sớm êm đềm

Bức tranh cuộc lữ bên thềm nhị nguyên.

• Phương Ngoại Am, 15.9.2019

MÀU MẮT

# TRĂNG CHICAGO

Trăng về đùa với tuyết đông
Gió khuya thổi ngọn qua sông Ngũ Hồ
Ta là khách Chicago
Rong chơi mấy độ nào ngờ cố nhân
Xưa kia trên đỉnh mây ngàn
Ta làm hạt nước lang thang đầu ghềnh
Đêm nay tuyết trắng lung linh
Ôm trăng gió lạnh nghe thênh thang lời.

• Chicago, Illinois, 13.11.2019

TỪ NIỆM

# VỀ ĐÂU CUBA

Sáng sớm Cuba
Gà trên phố gáy
Cứ tưởng quê nhà
Giục nhau đi cấy

Con phố lâu đài
 Nhà em góc nhỏ
Từng ngày nắng qua
Nghiêng vàng niềm cũ.

# MÀU MẮT

Cửa nhìn qua cửa
Buồn nhìn mắt nhau
Em mơ ước gì
Lịch sử sang màu?

San Martin sáng nay
Loang lổ, tôi nhìn
Ông già tựa cột
Ôm giấc chênh vênh.

Về đâu Cuba
Biển đêm đầy gió
Sóng vỗ bờ chao
Em mơ giấc nào!

• Havana - CuBa, 19.11.2019

TỪ NIỆM

# CUỐI NẺO MÂY CHAO

Cưỡi mây trắng ta rong chơi đất Mễ
Xem phố phường và nhân thế về đâu
Gió cứ thổi trên hàng cây vàng lá
Nghiêng vai đời nợ cơm áo mắt sâu

Có chi mô tối giấc mơ mộng mị
Nói những lời chệnh choạng lúc chiêm bao
Trắng và đen trở thành màu thực tại
Bức tranh nào treo cuối nẻo mây chao?

• Mexico, 26.11.2019

MÀU MẮT

# PESOS

Năm pesos

Một người vô

Sóng vỗ bờ

Nước non thả

Thênh thang đường chiều.

• Mexico, 27.11.2019

TỪ NIỆM

# MÂY VIỄN XỨ

Lá vàng phủ lối ra

Gió sớm qua hiên nhà

Mây rong chơi viễn xứ

Tịch lặng bên tách trà.

• Watauga, - Texas, 30.11.2019

MÀU MẮT

# CHẬP CHÙNG

Chập chùng yêu
Chập chùng ghét
Chập chùng khóc
Chập chùng cười
Chập chùng núi
Chập chùng sương

# TỪ NIỆM

Chập chùng mộng

Chập chùng thực

Chập chùng tối

Chập chùng sáng

Con đò cũ

Bến bờ xưa

Ai đã sang

Ai chưa tới

Lưng khoé mắt

Bóng mênh mang.

• 15.12.2019

MÀU MẮT

# LÝ TƯỞNG
# PHƯỜNG SÂU KIẾN

Sâu kiến phân bua lý tưởng
Mưa nghe vỡ bụng cười xoà
Đèo cao thành con suối chảy
Không lời dấu vết thi ca

## TỪ NIỆM

Tiều phu phủi tay ngủ vội
Lưng đồi vọng tiếng mày tao
Hé mắt thì ra phường ấy
Rừng xa gà gáy, xin chào!

Dưới chân gập ghềnh nhiều chuyện
Một phường sâu kiến huyên thuyên
Lý tưởng cục phân xí muội
Hách xì lý rụng tưởng điên.

• 28.12.2019

MÀU MẮT

# BỀNH BỒNG

Đêm tàn sương xuống trăng lên
Bên hiên gió thoảng chênh vênh khói vờn
Mùi khuya quyện lấy tình chung
Giữa lang thang cõi bềnh bồng em - tôi.

• 15.01.2020

TỪ NIỆM

# CHIỀU XUÂN

*Tặng đệ Lê Hữu Chính*

Em từ cõi mộng đến đây
Rong chơi chút khói chút mây giữa đời
Đôi lần hoá hạt sương rơi
Lạc vào khoé mắt viết lời chiều xuân.

• 26.01.2020

MÀU MẮT

# MAI VÀNG RŨ CÁNH

Nơi này xuân về
Nơi kia đông đến
Một chút ngu si
Ố đen nhân thế

Mẹ ôm con khóc
Cha nằm bất động
Khỉ cười khoái chí
Mặc rừng cháy loang

## TỪ NIỆM

Niềm tin xuống phố
Bỗng mờ mắt nhau
Cuối sông một lũ
Nói chuyện muôn màu

Mai vàng trước ngõ
Rũ cánh xuân sang
Nỗi đau quê mẹ
Lệ tuôn hai hàng!

• Huế, ngày 13. 01. 2020

MÀU MẮT

# NỢ TRẦN THẾ

Trăng là câu thơ mới viết
Còn ướt mực thời gian
Lửa lãng du trên đỉnh mây ngàn
Hoá không gian sương khói
Cháy bập bồng, bập bồng đêm nay
Bên hàng dậu, nụ hồng chín mươi qua đời
Âm thiên cổ vọng giữa hư không
Nghe mênh mông, mênh mông
Nợ ân tình rêu phong trần thế.

• 06.02.2020

TỪ NIỆM

# THÁNG GIÊNG SÀI GÒN

Anh cúi xuống nghe đất trời rung chuyển
Chút men say sưởi ấm giấc mơ điên
Đêm Sài gòn mưa không đầy chiếc mũ
Tháng Giêng về bước vội giữa đêm đen.

Gã lang thang lần tìm Hoa vàng động[*]
Bóng người xưa ẩn dấu góc mây ngàn
Dòng nhân thế lướt qua mờ mắt kiếng
Cùng bụi đường làm tri kỷ đi hoang.

• Saigon, 17.02.2020

---

[*] Ghé thăm chú Phạm Thiên Thư, tác giả bài thơ Đưa Em Tìm Động Hoa Vàng.

MÀU MẮT

# RONG CHƠI

Sóng vẫn vỗ
mỗi sớm mai anh đến
Mây vẫn bay
cõng phiền muộn về trời
Bước lang thang
đời sỏi đá lên ngôi
Núi đổi chiều,
sáng biển mặn rong chơi.

• Phương Diên, 17.03.2020

TỪ NIỆM

# THẾ THÔI

Giữa sinh tử thác ghềnh
Tinh khôi em hiện hữu
Hoang dại góc vườn xưa
Sáng tối em và tôi
Không lời, lặng thế thôi!

• 11.03.2020

MÀU MẮT

# ĐÈN TẮT

Đèn tắt, cửa khép
Cõi mộng đi hoang
Biển xa, vực thẳm
Nhớ gã điên tàn

TỪ NIỆM

Bên đường em vẽ
Lâu đài phố xá
Bụi cay xoá vội
Nửa em nửa ta

Đêm đen gió thổi
Ngước mặt nhìn nhau
Tâm từ ngấn lệ
Em trôi về đâu?!!!!

• 2.4.2020

MÀU MẮT

# SÓNG

Khua tay gom lá thời gian lại
Đốt gởi đất trời sợi khói bay
Sáng - tối chỉ bờ mi khép - mở
Nằm nghe sóng vỗ biển lưu đày.

• Mùa dịch Vũ Hán, 5.4.2020

TỪ NIỆM

# RU GIẤC NGỦ

Namo Amitabha Buddha

Vọng đều giữa đêm đen thượng tuần mùa hạ.

Cơn mưa chợt về

Cỏ hoa ướt sũng,

Ễnh ương, giun dế - nghệ sỹ đồng quê

# MÀU MẮT

Ru giấc ngủ em một ngày hoảng loạn,

Ru giấc ngủ mẹ một ngày lo toan,

Ru giấc ngủ cha một ngày bất an cơn dịch Vũ hán,

Ru giấc ngủ anh một ngày mệt nhoài đồng áng,

Ru giấc ngủ thiên thu ngoài nghĩa trang buồn có người vừa nằm xuống chưa giã từ người thân, bè bạn.

Namo Amitabha Buddha

Vọng đều giữa đêm đen thượng tuần mùa hạ.

• Huế, 25. 04. 2020

TỪ NIỆM

# GHỀNH VẮNG

Nghiêng cánh mỏng nghe hoàng hôn rụng xuống
Chạm mặt hồ vụn vỡ bóng nhân sinh
Gã lang thang qua những khúc thăng trầm
Chiều ghềnh vắng ngu ngơ nhìn mỹ cảnh.

• Phú Lộc, 02.05.2020

MÀU MẮT

# RU MÌNH

Sương trắng về ôm lưng đồi ngủ
Rừng pha màu nắng đá lặng thinh
Nhân thế khóc cười mòn cõi mộng
Cô liêu hiên vắng hát ru mình.

• 07.05.2020

TỪ NIỆM

# VÔ ĐỀ

Em nương ao nước đọng
Trỗi dậy một sớm mai
Nghe kinh ông Niệm tụng
Ồ! nắng quái mênh mông.

• 13.05.2020

MÀU MẮT

# CHỜ

Trời nắng hạ hồn thơ vàng trước ngõ
Chốn tha phương bằng hữu cứ hải hồ
Sớm mai kia trên đường tàn cuộc lữ
Nhớ quê nghèo sen sẵn đợi, mai chờ.

• 17.05.2020

TỪ NIỆM

# LỜI CHIÊM BAO

Trăm năm khói trắng qua mồ
Tàn rơi hoang lạnh thân khô huyệt buồn
Dạt bến có, rời ghềnh không
Chòng chành mấy bận rêu phong phận người
Một sáng giã biệt cuộc chơi
Nằm nghe sông núi vọng lời chiêm bao
Mịch mịch u u nơi nao
Dưới vòm nhật nguyệt lao xao nẻo về.

• 16.06.2020

MÀU MẮT

# NHƯ RỨA

Vàng ngoài viện chiều rơi
Phòng trong bệnh nhân ngồi
Tự kỷ lần tràng hạt
Đời như rứa cứ trôi.

• 30.6.2020

TỪ NIỆM

# MẸ

Trăng non đầu ngõ còn treo

Vài ba khắc nữa mẹ theo mây trời

Vườn sau sân trước mẹ ơi!

Tìm đâu âm vọng nói cười hôm nao

Trùng khơi sóng nước lao xao

Thuyền ghe lạc bến nơi nao con về

Quê nhà chừ thấy lê thê

Mẹ là nỗi nhớ đêm về chiêm bao!

• An Dương, 19.7.2020

MÀU MẮT

# DƯỚI CÀNH
# CHỔI KHÔ

Mưa về ướt mái tranh quê

Tàn dư cuộc lữ bên hè tử sinh

Khôn - ngu giữa chốn phong trần

Chỉ là ráng nắng dưới cành chổi khô

Trăng khuya chiếu sáng đôi bờ

Vì men biên kiến làm mờ mắt đêm

Gót mòn huyệt mộ gọi tên

Giật mình nghe gió qua thềm tiễn đưa.

• 29.7.2020

TỪ NIỆM

# NẰM NGHE
# THÔNG HÁT

Người nằm đó bao năm nghe thông hát
Chim muông về, giun dế, nắng reo ca
Người có buồn giữa ngút ngàn lộng gió
Mưa nguồn về nghĩa địa vắng người qua

## MÀU MẮT

Người nằm đó bao năm nghe thông hát
Muốn nói gì sao mộng thấy chiêm bao
Sáng tinh mơ lên đồi ôn chuyện cũ
Quá khứ về ôm hiện tại lao xao.

Người nằm đó bao năm nghe thông hát
Tuy không lời vẫn bát ngát tình yêu
 Người ở lại nghiêng mình oằn lệ nhớ
Hoá mây chiều rơi dòng suối phong rêu.

• Ngự Bình, 4.8.2020

TỪ NIỆM

# ĐÊM

Đom đóm dạo vườn hoang
Trăng thu đi ngủ muộn
Chuyện xưa tàn khói thuốc
Hàn huyên khúc mang mang.

• 30.8.2020

MÀU MẮT

# BỨC TRANH

Trăng sáng trên trời
Cá bơi dưới nước
Đêm thu giun dế hát quanh vườn
Khói thuốc nhìn đời trôi
Tôi ngồi.

Cây xoan đứng lặng
Không lời,
Cỏ hoa trỗi dậy
Âm thầm.

# TỪ NIỆM

Người say giấc mộng
thấy ma ậm ợ
lạc hư vô.

Sống - chết - ngày - đêm
Sợi dây vô hình
Quấn chợ đời hôm sớm
ai hay?!
Gã điên nằm vệ đường trưa nắng
Cười sặc sụa
Vẽ bức tranh nguệch ngoạc;
Gã hành khất, áo rách, lang thang
Nhìn cuộc thế nhếch mép
ai hiểu?!

## MÀU MẮT

Người tàn tật, không người thân
chông chênh phố cũ
Nhặt mảnh vụn đời mình
Bên suối
ngày - đêm - sống - chết
phiêu du phận người.

• 2.9.2020

TỪ NIỆM

# NGOẠI Ô

Tím vườn hoa khế nở
Chuồn chuồn ngủ cành khô
Nắng chiều loang tường cũ
Soi bóng mình ngoại ô.

• 07.09.202

MÀU MẮT

# HUYNH ĐỆ

Khói trầm phảng phất tình huynh đệ
Sưởi ấm nhân gian sáng lộ trình
Mai kia mãn cuộc về bên suối
Quây quần ôn chuyện cũ trăm năm.

• 28.9.2020

TỪ NIỆM

# RƠI

Không gian phủ mây trắng
Thời gian sải cánh bay
Thị phi - trầm luân cõi
Rơi nến cháy tối nay.

• Trăm Ngang, 1.10.2020

MÀU MẮT

# BỎ LẠI

Em đi bỏ lại dấu tích
Mưa thu ướt chữ rả rích bên chòi
Lên phố núi em rong chơi
Biển xa sóng vỡ chao lời thị phi.

• 7.10.2020

TỪ NIỆM

# VẪN CÒN CHIÊM BAO

Gót mòn cuộc lữ
Vẫn còn chiêm bao
Danh ư, thứ ảo!
Em cứ cấu cào.

Trong khu vườn nhỏ
Kiến, gà chạy quanh
Bèo trong ao cạn
Đội ơn mưa rào.

# MÀU MẮT

Kiến bò lên phố
Gà bay về rừng
Bèo xuôi cống rãnh
Suối đồi rưng rưng.

Đường xa vạn dặm
Là kiến, là gà
Là phận bèo ma
Muôn màu ai vẽ?!

• 10.10.2020

TỪ NIỆM

# HOANG TÀN

Em cúi xuống nghe nỗi đời chạm đáy
Chết lặng người mưa bão quấn khăn tang
Bao mộng đẹp chừ hoang tàn vận nước
Chông chênh tìm bóng cũ giữa mây ngàn.

• Huế, 14.10.2020

MÀU MẮT

# CHỞ

Xe đạp xưa chở tuổi thơ
Xe đạp bây giờ chỉ chở tình yêu
Mẹ già bước dưới bóng chiều
Chở hoàng hôn chín ngọt yêu thương về.

• Huế, 15.10.2020

TỪ NIỆM

# SUY TƯ

Mắt trẻ thơ nhìn tương lai phủ đầy giông bão
Em ước gì mà đượm nét suy tư?!
Ngoài kia bạn bè nô đùa cỏ dại
Em ở nơi này ghì chặt hiện tại trong tay!

• Huế, 17.10.2020

MÀU MẮT

# ĐÊM DÕI THEO EM

Đêm dõi theo em
Nhìn nước ngập quê mình.

Tiếng kêu cứu từ vùng nước lũ
cố đưa người già, em bé lên bờ
Vẫn trong bóng đen kia
bao tiếng vọng đang chờ em đến.
Anh dõi theo em từng nhịp thở con người.

Đêm không ngủ,
Đêm bồn chồn,
Đêm dõi theo em.

• Huế, 19.10.2020

TỪ NIỆM

# SAU BÃO LŨ

Mùi danh - lợi lớn dần sau bão lũ
Trí thức què phè phỡn cấu xé nhau
Kẻ ngu ngốc tranh giành cục phân ảo
Em mơ gì luẩn quẩn không đi mau?

• Huế, 24.10.2020

MÀU MẮT

# KỶ VẬT

Kỷ vật là tri kỷ
Em rao bán sáng nay
Lấy tiền mua gạo để
Giúp chị khó khăn này.

• Huế, 1.11.20206

TỪ NIỆM

# CÕNG ĐƯA NHAU VỀ

Mẹ đi bỏ mặc con đường
Núi xa lê bước mù sương gập ghềnh
Cha xa mẹ, mẹ quyên sinh
Ngoài hiên con ngóng mông mênh gió lùa
Đường trần sỏi đá, rêu, mưa
Chừ con lẻ bóng cõng đưa nhau về.

• Liên Bằng, 21.11.2020

MÀU MẮT

# BÁN

Ai mua mưa Huế ngày mưa
Tôi đem bán nốt và trưa nắng hè
Gió đông tôi ủ chòi tre
Nếu cần tôi bán đêm về cho em.

• 26.11.2020

TỪ NIỆM

# TÌNH

Sáng - tối một giòng sông
 Êm đềm và cuồng nộ
Cuộc đi không hẹn đến
Qua thềm gió mênh mông.

• 12.12.2020

MÀU MẮT

# CHARLIE

Lên cao gối cỏ nhìn trời
Charlie một thuở mây hờn gió oan
Dấu xưa dốc đá hoang tàn
Nghiêng mình tôi đốt nén nhang nguyện cầu.

• Kontum, 5.12021

TỪ NIỆM

# MẮT QUÊ HƯƠNG

Ta lên núi gánh rừng về phố chợ
Sưởi ấm mình tiếng gà gáy sang canh
Chân rũ rượi vì dốc cao, bụi đỏ...
Đỏ mắt mình, rưng rưng mắt quê hương.

• 7.1.2021

MÀU MẮT

# GIÃ BIỆT

Rời núi lạnh trên đường về phố thị
Giã biệt mây ngàn, sương sớm, suối xanh
Đời lữ thứ nợ ân tình sông nước
Hẹn một ngày nhóm lửa đợi sang canh.

• Quỳ Châu, 19.1.2021

TỪ NIỆM

# GÓC TÔI

Thắp đèn soi chữ đêm đen
Chữ đen màu mực, đêm đen màu trời
Mực đen nhuộm tối cuộc chơi
Đêm đen nhuộm tối cõi đời thị phi.

• 25.1.2021

MÀU MẮT

# NỢ

Tôi đi trả nợ trần gian
Đã cho tôi mượn mây ngàn rong chơi
Nợ em câu nói nửa vời
Nợ anh mấy nốt nhạc lời bỏ hoang
Nợ ơn mẹ biển nắng vàng
Nợ ơn cha núi thênh thang một màu

## TỪ NIỆM

Nợ sỏi đá một niềm đau
Nợ rong rêu phút soi nhau phận người
Nợ giun dế khúc đêm trôi
Nợ sân ga chuyến đợi tôi lên đường
Nợ này giăng cả bốn phương
Nên tôi phải trả cuối đường tôi đi.

• 26.1.2021

MÀU MẮT

# MƯA THƠM

Huế mưa từng giọt mưa thơm
Rơi trên phố nhỏ, ướt thơm đường về
Cha tần tảo giữ hồn quê
Mẹ ngồi hong áo khói nhòe mưa thơm
Xứ mình nắng gió sớm hôm
Ở không ở nổi xa trông ngày về
Em lên đường, chị rời quê
Riêng tôi ở lại bốn bề mưa thơm.

• 26.1.2021

TỪ NIỆM

# GÓC PHỐ

Ta ngồi góc phố ngắm người qua
Cuộc sống bon chen cứ thế là
Vẫn câu chuyện cũ e dè kể
Khói thuốc oằn mình, mưa bụi sa.

• Hà nội, 28.1.2021

MÀU MẮT

# NGỒI

Góc nhỏ bình yên mỗi sớm mai
Lá vàng xào xạc rụng hiên ngoài
Mấy độ thu qua rồi đông đến
Ngồi nhìn cuộc thế mộng phôi phai.

• Hà nội, 29.1.2021

TỪ NIỆM

# KUPPLEI

Kupplei quán trọ dốc đồi
Viễn du hiệp khách ghé chơi một lần
Ngồi nghe gió, ngắm nắng vàng
Núi xa dậy khói quyện ngàn sương bay.

• 6.1.2021

MÀU MẮT

# HỘI NGỘ

Từ thuở hồng hoang mờ bụi khói
Em, tôi lang bạt sóng luân hồi
Một bận sương giăng tràn phố núi
Lặng thinh hội ngộ phía ven đồi.

• 2.3.2021

TỪ NIỆM

# VẪN NHƯ THẾ

Nghe gà gáy tinh mơ
Ngắm trăng khuya hững hờ
Ngày qua ngày như thế
Vẫn nồng nàn hư vô.

• 28.4.2021

MÀU MẮT

# NHÌN NHAU

Mong manh cười

Mong manh khóc

Viễn cảnh u ám hôm qua đã mở ra

Thế mà em vẫn ngụy biện, lang thang phố thị

Cười, vui, phớt lờ hiểm hoạ phía sau

Chúc tụng nhau như mùa xuân hiện hữu trên quê hương nghèo.

## TỪ NIỆM

Những người biết chuyện nhìn em cười đau
Mùa phượng vỹ gọi nhau bằng con số
Ve hát khúc kinh khổ
Không biết sống chết lúc nào,
Người thân nhìn nhau ngỡ ngợ!

Mẹ ngồi than thở
Cha bên tách rượu vu vơ
Anh ngồi viết những vần thơ cuối
Nhìn em mong manh cười, vui chơi
Mong manh khóc vì chợt nhận ra mình khờ.

# MÀU MẮT

Biển vẫn vỗ trùng khơi
Rừng cây pha màu nắng không lời
Nhìn em
Mong manh cười
Mong manh khóc như đười ươi
giữa quê hương mình
nghẹn lời.

• 10.5.2021

TỪ NIỆM

# RU MÌNH

Sương trắng về ôm lưng đồi ngủ
Rừng pha màu nắng đá lặng thinh
Nhân thế khóc cười mòn cõi mộng
Cô liêu hiên vắng hát ru mình.

• 25.6.2021

MÀU MẮT

# SÀI GÒN BUỒN

Sài gòn buồn

Con đường vắng tựa cuộc tình vừa xa

Mưa mùa hạ

Vắng bước chân qua.

Em nơi đâu, anh nơi đâu?

Ánh đèn vàng nhạt màu, xa lạ.

# TỪ NIỆM

Sài gòn buồn

Người nhìn nhau ngờ ngợ

Hôm qua ngồi thở chung nhịp thở

Giờ dấu mặt lướt qua nhau hững hờ.

Sài gòn buồn

Ôi! nỗi buồn biết bao giờ nguôi

Ta đi tìm em như đi tìm hoang tưởng

Cuối con đường góc cửa nhìn ra.

Em nơi đâu, anh nơi đâu?

Sài gòn buồn đêm thâu.

• 15.7.2021

MÀU MẮT

# RƯNG RƯNG

Ta cười nước mắt rưng rưng
Một quê hương nhỏ bao lần loạn ly
Bóng ma phủ mấy xuân thì
Ôi! non sông Việt còn gì thương đau!

Ta cười nước mắt rưng rưng
Anh em đôi ngả, biển rừng cháy khô
Ngước mắt cố hỏi mây mờ
Vết di cư bút có mờ sử thi?!

## TỪ NIỆM

Ta cười nước mắt rưng rưng
Con mười ngày tuổi oằn lưng mẹ bồng
Quê nhà đã vắng tiếng bom
Sao còn lưu lạc mênh mông xứ mình.!

Ta cười nước mắt rưng rưng
Cha già ôm mộng mưu sinh thị thành
Gom yêu thương nuôi gia đình
Giờ đôi tay trắng lặng thinh đường về.

• 3.8.2021

MÀU MẮT

# RU EM

Đêm yên lặng

phố vắng không người như nghĩa địa mùa đông

Ta hát ru em qua khúc đời buồn.

Mây bay ngang đầu

Trăng sáng lung linh

Biển quê sóng vỗ bạc đầu

Thương quê hương nhỏ lắm nỗi đau trên phận người.

## TỪ NIỆM

Ta hát ru em

Ta hát ru mình

Ru từng giấc ngủ bềnh bồng sang thu.

Phím đàn nhỏ máu từ lâu

Sao chưa cạn hết chén sầu đêm nay!

Đêm yên lặng,

Lời ca như nắng lạc vào mùa đông.

Ta hát ru em

Ta hát ru mình.

• PNA, 28.8.2021

MÀU MẮT

# MÙA DỊCH

Gà gáy mùa dịch
Giọng nghe rỗng không
Người ngồi trơ mỏ
Cạn ý mông lung.

• 2.9.2021

TỪ NIỆM

# TỰ KỶ

Từ hỗn độn men theo từng tia sáng
Ngụ trần gian ngũ trược bước chông chênh
Hoàng hôn lịm, tạ ơn, về núi biếc
Ôm mây ngàn ngồi tự kỷ sao trăng.

• 12.9.2021

MÀU MẮT

# XIN CHÚT LƯƠNG TRI

Bụi quê hương bay vương mờ mắt kính
Khóc lương dân quỳ lạy những thây ma
Xin chút lương tri, về quê nương náu
Ôm mẹ già, ngồi khâu vá niềm đau.

• Khuya, 1.10.2021

TỪ NIỆM

# NHÓM LỬA

Nhóm lửa lên đón thêm mùa mưa tới
Những bão bùng sẽ ướt sũng đời nhau
Thế kỷ này là thế kỷ niềm đau
Tranh dù khói tranh vẫn không thay màu.

• 3.10.2021

MÀU MẮT

# BÀN TAY

Những bàn tay trần trụi
Vẽ sợi khói thời gian
Sáng nay trên nền cũ
Treo dấu tích địa đàng

Mai sau tàn cuộc lữ
Vẫy tay chào người đi
Xa chơi miền nguyên thể
Xoá dấu vết thiên di

## TỪ NIỆM

Lao xao sóng sinh tử
Mòi chợt nổi chợt chìm
Giữa hồng hoang hỗn độn
Vọng tiếng hót loài chim.

Thác ghềnh mưa lũ cuốn
Dù lên xuôi về ngược
Sỏi đá lăn vô tận
Nét vẽ cứ mông lung.

• 13.10.2021

MÀU MẮT

# SƯỞI

Phương đông mặt trời mọc
Người ngồi ngắm mây bay
Đốt dăm ba sợi khói
Sưởi chút nhân gian này.

• 13.3.2021

TỪ NIỆM

# SAY

Ráng chiều và ý tưởng

Cò trắng rộng cánh bay

Ngồi mung lung nghĩ ngợi

Chợt tỉnh mình đang say!

• 23.4.2021

MÀU MẮT

# BIỂN HỒ

Thông xanh đứng thẳng không lời
Biển Hồ gió mát, quanh đồi chim reo
Mở mắt sáng - tối qua vèo
Thị phi chi mệt khô teo hồn mình.

• Biển Hồ, 18.3.2022

TỪ NIỆM

# TA ĐI ĐÂY

Mắc võng lưng trời đánh giấc mây
Gác chân mộng mị lên vách gió
Trăm năm gói gọn ba lô nhỏ
Trả lại đất trời, ta đi đây!

• PNA, 23.3.2022

MÀU MẮT

# CÚI MẶT

Ngửa mặt nhìn đời...

Chiều thu, mây trắng bay, màu trời xanh biếc

Cành cây khô, chuồn chuồn tá túc ngủ

Không gian yên ắng.

Cúi mặt nhìn quê hương

Áo cũ rách nhàu,

phận người long đong

## TỪ NIỆM

Chênh vênh gạch đá ngổn ngang,..
Nửa thế kỷ xa bờ
Ước mơ...
Bụi tang thương bám đầy mắt biếc
Nhìn nhau ái ngại!
Những con chim đầu đàn luẩn quẩn bờ ao
Tự huyễn hoặc nhau.
Sáng mai thức dậy,
Bồ chao từng đàn tranh nhau hót oang bên bờ giậu.
Ngửa mặt nhìn đời
Cúi mặt yêu quê...!

• 09.09.2022

MÀU MẮT

# HUYỄN

Hạnh phúc trên bản đồ
Dạy bơi trên bến cạn
Đời cứ thế huyễn nhau
Mệt nhoài thân năm uẩn.

• Cali, 13.11.2022

TỪ NIỆM

# CƯỜI

Cười một tiếng giữa không và có
Cười một tiếng giữa nhớ và quên
Thả muộn phiền lên đồi xuống biển
Phủi gót cười gởi cõi mênh mông.

• Seattle - Beacon Hill, 10.11.2022

# TƯỢNG

Anh gom cát bụi đúc thành tượng
Gải ngứa, tưởng mình bất diệt chăng!
Sỏi đá dưới khe lăn lóc mãi
Muôn nẻo trôi qua muôn nẻo vàng.

• 10.02.2023

TỪ NIỆM

# TUYẾT RONG CHƠI

Nắng lên tuyết trắng về trời
Về rong chơi giữa trùng khơi mây ngàn
Một mai cuộc thế hanh khan
Thì mây về lại hoá trang vào đời
Hoá dòng sông chảy muôn nơi
Hoá nghìn sóng bạc vỡ phơi vào bờ
Hoá thông xanh giỡn trẻ thơ
Hoá vách núi, thác, sương mờ hát ca
Tôi lữ khách ghé chiều qua
Sớm mai giã biệt, tuyết pha nắng cười.

• Lake Tahoe, 29/3/2023

MÀU MẮT

# SÀI GÒN

Sài Gòn đêm

Giun dế nỉ non

Tiếng máy nổ trên sông Sài Gòn vọng lại.

Trăng sao sáng êm đềm

chó sủa xóm bên

Nghe quen quen

Màn đêm yên vỡ vụn

người em một ngày mưu sinh

# TỪ NIỆM

Nắng bụi đầy lỗ mũi
Thở khò khè
Giấc mộng mị.
...

Sài Gòn ngày
Xe cộ chen chúc
Trẻ thơ đi học
Bà già ngồi vỉa hè ráng bánh,
Ông già cầm xấp vé số trên tay
thang lang mọi ngõ quê hương.
Anh xe thồ chéo chân nhìn ai giữa phố.
...

# MÀU MẮT

Tôi lữ khách

Yêu Sài Gòn đêm - ngày

Giữa bộn bề vất vả

Nhưng tình người vẫn nguyên vẹn thuở ban sơ.

• Sài Gòn, 02:47', 08.04.2023

TỪ NIỆM

# GÓC VƯỜN

Hoa trắng góc vườn
Lặng im hong nắng
Ta từ hỗn độn
Ôm cõi tang thương.

• 16.6.2023

MÀU MẮT

# THƯỢNG PHAN

Phan phướn dương cao
Mời thỉnh oan hồn
Góc trời, chân biển
Mông quạnh, bờ ao
Rêu xanh, cổ thụ
Một sáng tinh mơ
Sang canh gà gáy

## TỪ NIỆM

Rũ bỏ muộn phiền
Về nương náu Phật
Mở liếp cửa tâm
Khép trăm năm hận
Mặc hiên gió lùa
Để rong chơi cõi
Hồn sáng như trăng
Đỉnh núi mây ngàn.

• 21.6.2023

MÀU MẮT

# QUÁN NHỎ BÊN ĐỜI

Từng giọt đàn rơi
Quán nhỏ bên đời
Em ru hồn em
Và ru hồn tôi

# TỪ NIỆM

Giữa tan thương cõi
Về đâu đêm tối
Mặt mặn mồ hôi!
Tình người thế thái!

Ngoài phố lao xao
Lệ đời điên đảo
Mẹ khóc, cha gào
Góc nhỏ tình chao.

# MÀU MẮT

Từng giọt đàn rơi

Rơi xuống hồn tôi

Rơi xuống hồn em

Phím đàn nhỏ máu

Vụn vỡ đêm trôi…

Lối mòn ai vội

Về đâu về đâu

Mặt đường trơn ướt

Còn tôi và em

Quán nhỏ bên đời.

• 04.07.2023

TỪ NIỆM

# GÁC TRỌ

Trăm năm gởi lại cho người
Ta về gác trọ trên đồi chiều nay
Đêm nghe giun dế gọi bầy
Rừng hoang hoa dại hương bay ướp trà.

• Phước Quang Sơn, 02.10.2023

MÀU MẮT

# LẶNG

Em mang tiếng hát ru đời
Sợi mưa sợi nắng dệt lời quê hương
Giọt đàn vương xuống vệ đường
Hằn lên dấu tích tan thương xứ này
Lối về nhiều đắng và cay
Em pha chút ngọt tháng ngày tạm quên
Phố phường nếu gặp người quen
Em pha chút đắng đêm đen tâm tình
Anh từ góc núi nghiêng nhìn
Nghẹn lời, tim nhói, lặng thinh với chiều.

• 03.11.2023

TỪ NIỆM

# NẮNG TẮT

Nắng chiều phân hai ngả
Vàng - trắng góc nhà xa
Bên này khung cửa vỡ
Ngày nữa sắp trôi qua.

• Saigon, 27.11.2023

MÀU MẮT

# RỤNG

Mai vàng lá rụng ngủ gốc mai
Trả cuộc rong chơi những tháng ngày
Xác về đất Mẹ, hồn phiêu lãng
Biển cả núi đồi sải cánh bay.

• Saigon, 28.11.2023

TỪ NIỆM

# NGƯỜI ĐI

*Kính dâng giác linh HT. Tuệ Sỹ*

Người lên non uống trà
Con cố quận mưa sa
Trời Đông mùa bão lũ
Cỏ cây sũng đường qua.

# MÀU MẮT

Người đi, người đi xa
Giữa trùng khơi biển cả.
Góc bờ nhìn sóng vỡ
Lần hạt cát ngỡ là…

Người đi đã đi xa
Buồn hiu hắt quê nhà
Khói chiều vương cành sứ
Cũng vừa rụng chiều qua.

• Đồng Nai, 29.11.2023

TỪ NIỆM

# HIU HẮT
# RỪNG HOANG

Dù Đông dù Tây những vùng tráng lệ đi qua
Trong mắt chỉ thấy hiu hắt rừng hoang nhạt nhòa
Nhân thế khóc triền đê bao lần tràn cuộc mộng
Hoá-thành mờ mịt, nói gì Bảo-sở đường xa.!

• Olympia, 11.12.2023

MÀU MẮT

# CHỪ

Giữa sa mạc hoang vu
Sỏi đá níu sương mù
Lao xao mùa nắng quái
Chừ lặng tiết đông thu.

• Texas, 13.12.2023

TỪ NIỆM

# NGƯỜI SẼ VỀ NHƯ NẮNG

*Kính bái biệt HT. Tuệ Sỹ*

Thái Bình Dương mênh mông
Lối về như sở nguyện
Người ôm trọn đại dương
Thở hơi dài biển mặn

# MÀU MẮT

Hoa trắng sóng mòi chao[*]
Gió rì rào pha nắng
Một chiều Đông quê hương
Người trở về cõi lặng.

Gởi lại trần gian này
Những hành trang huyễn mộng
Tro cốt hòa thinh không
Chỉ lưu ảnh chí lớn.

---

[*] Sóng mòi là loại sóng biển nhỏ nhỏ, được hình thành từ gió mùa thổi tạo thành, nó vừa nhô lên liền vỡ xoà và tan trên mặt biển, nhìn như hoa.

## TỪ NIỆM

Mười năm mười năm nữa
Khi sóng mòi yên ắng,
Và chẳng ai nhắc tên
Người sẽ về như nắng.

Người sẽ về như nắng
Gọi mời hoa cỏ dại
Cùng chim muông hòa tiếng
Làm sống dậy đại ngàn.

• Đồng Nai, 11.01.2024

MÀU MẮT

# CHÙA QUÊ

Sương xuống ướt rừng chè
Chim muông đậu khóm tre
Chùa quê sư đi vắng
Mèo hong ấm góc hè.

• 02.03.2024

TỪ NIỆM

# GIƯỜNG

Giường nằm là huyệt mộ
Hành trang bộ xương khô
Ồn ào bình minh dậy
Trăng lên hồn về mô!.

• 05.03.2024

MÀU MẮT

# LOAY HOAY

Chủ bận đi xa
Chó leo nóc nhà
Loay hoay tìm lối
Mịt mù đường ra.

• 10.03.2024

TỪ NIỆM

# KHÓI QUÊ HƯƠNG

Châm điếu thuốc cố dặn lòng nhớ mãi
Quê hương mình đẹp lắm những hoàng hôn
Đời trôi nổi bồng bềnh con nước bạc
Ngắm khói chiều trên khói thuốc mênh mông.

• 13.03.2024

MÀU MẮT

# TRÀ KANAGAWA

Trà và nắng sớm
Vàng ấm góc phòng
Tôi là lữ khách
Biết ơn dòng sông.

• Kangawa, Nhật, 19.04.2024

TỪ NIỆM

# VỀ ĐÂU

Sư bước qua cầu

Bóng đổ nước sâu

Cá tung tăng giỡn

Ảo ảnh về đâu?

• Kyoto, 18.04.2024

MÀU MẮT

# VẾT SẸO

Luẩn quẩn bờ ao con suối
 Mẹ nhìn hố thẳm quê hương
Tháng Tư phân kỳ năm ấy
Trượt dài vết sẹo đau thương.

• 30.4.2024

# MỘT MÌNH

Mưa hạ rả rích rơi
Khói trắng bay về trời
Lối cũ chừ trơn ướt
Một mình nhóm củi chơi.

• 17.05.2024

*Đã xuất bản:*

- Trăng Sao Gối Đầu
- Khói

www.ingramcontent.com/pod-product-compliance
Lightning Source LLC
LaVergne TN
LVHW061047070526
838201LV00074B/5202